INSIGHT PUBLICA®

INSIGHT PUBLICA ®
Nadakkavu, Kozhikode, Kerala
Tel:0495–4020666
www.insightpublica.com
e-mail: insightpublica@gmail.com
Punaravartham
(Malayalam Poems)
Lal Ranjan
First Edition: August 2020

ISBN 978-93-90355-07-5

പുനരാവർത്തം

(കവിതകൾ)

ലാൽ രഞ്ചൻ

INSIGHT PUBLICA®

തിരുവനന്തപുരം സ്വദേശി. ഉച്ചക്കട ആർ.സി.എൽ.പി.എസ്, കുളത്തൂർ ഗവ.ഹൈസ്‌കൂൾ, ധനുവച്ചപുരം എൻ.എസ്.എസ് കോളേജ്, തിരുവനന്തപുരം മാർഇവാനിയോസ് കോളേജ്, തിരുവനന്തപുരം ഗവ.ലോകോളേജ് എന്നിവിടങ്ങളിൽ വിദ്യാഭ്യാസം. ട്യൂട്ടോറിയൽ കോളേജ് അദ്ധ്യാപകൻ, കേരളസർവ്വകലാശാല ഉദ്യോഗസ്ഥൻ, ഗ്രാമവികസനവകുപ്പിൽ ഡെപ്യൂട്ടി ഡെവലപ്പ്മെന്റ് കമ്മീഷണർ, അഭിഭാഷകൻ എന്നിങ്ങനെ ജോലിനോക്കി.

ശംഖ്, വിറക്, റിക്കേറൻസ് (ഇംഗ്ലീഷ് പരിഭാഷ) എന്നിവ കവിതാസമാഹാരങ്ങൾ. ശംഖിന് ആശാൻ പ്രൈസും തിക്കുറിശ്ശി ഫൗണ്ടേഷൻ അവാർഡും ലഭിച്ചു. സുരേന്ദ്രൻ സ്മാരക സാഹിത്യ അവാർഡ്, എ.എൻ.ഇ.സുവർണ്ണവല്ലി സ്മാരക പുരസ്കാരം തുടങ്ങിയ അംഗീകാരങ്ങളും കിട്ടിയിട്ടുണ്ട്.

വിലാസം: നിറവ്, പൂജാനഗർ, ആറാലുംമൂട്, തിരുവനന്തപുരം 695123.
ഫോൺ: 9447154027
ഇ-മെയിൽ: lalranjan02@gmail.com
ബ്ലോഗ്: http:// lalranjan.blogspot.com

ലാൽ രഞ്ചൻ

കവിതകൾ

ഇടം

വെറുതെ നോക്കിയിരുന്നപ്പോൾ
നിന്നോട് തോന്നിയ ഇഷ്ടം
ഞാനെവിടെ ഒളിപ്പിച്ചു വയ്ക്കും?

പറയാതെ പറഞ്ഞതും
പറയാതെ പോയതുമായ
വാക്കുകൾ സൂക്ഷിച്ചു വയ്ക്കാൻ
ഹൃദയത്തിലൊരിടം വേണം.

എഴുതപ്പെടാത്ത കവിതക
ളടയിരിക്കാനൊരു കനലിടം.
കളഞ്ഞു കിട്ടിയ കൊലുസ്സുമണി
കരുതലായ് വയ്ക്കാനൊരു കനവിടം.
മേഘത്തിന് സങ്കടച്ചൊരുക്ക്
വാർക്കാനൊരു മണ്ണടര്.
മഴവില്ലിന് മുഖം മിനുക്കാ
നൊരു ആകാശച്ചില്ല്.
നഷ്ടപ്പെടുത്തിയ ഇടങ്ങൾ
മറന്നുവയ്ക്കാനൊരു മറവിനിലം.

കാറ്റ് ചില്ലയോട്:
പകർത്തുന്നു ഞാനെന്നെ
നിന്നിലേക്ക്;
ഒച്ചയും മണവും
എന്നിലേക്ക് നീ.

മരത്തിന് നിഴൽ നിവർത്തി വിരിക്കാൻ
വെയിൽ നൂറ്റൊരയ വേണം.
പൂച്ചക്ക് സ്വയം നക്കിത്തുടയ്ക്കാൻ
സ്വച്ഛതയുടെ തണലിടം വേണം.

അരിക്ജീവിതങ്ങളുടെ
വ്യസനങ്ങളിറക്കിവയ്ക്കാൻ,
യുദ്ധവും ദുരിതവും വിലാപവും
കാലഹരണപ്പെടുത്താൻ,
വിശ്വാസത്തകർച്ചയുടെ
നെഞ്ചുരുകലുകൾ
നിർവീര്യമാക്കാൻ
ഇടങ്ങളുണ്ടാകണം.

സമയം കാലത്തിലും
കാലം ദേശത്തിലും
ദേശം ജീവിതത്തിലും
ജീവിതം എന്നിലും
ഞാൻ നിന്നിലും
തേടുന്നത്
ഒരേ ഇടം തന്നെയല്ലെ!

2011

ഒറ്റ

എത്ര
അവിശ്വസനീയമായാണ്

സൗഹൃദക്കൂട്ടം
ഇതളിതളായ്
അടർന്നടർന്ന്

അപ്രത്യക്ഷത്തിൽ
പ്രത്യക്ഷപ്പെട്ടുകൊണ്ടിരുന്നത്!

ഒടുവിൽ

ഒറ്റപ്പെട്ടുപോയതിന്റെ
ഒരല്ലി മണ്ണോടമർന്ന്
ആകാശം കൺപാർത്ത്
നക്ഷത്രങ്ങൾക്ക് കൂട്ടിരിക്കാൻ പോയി.

അവിടിരുന്നാണ്
ഒറ്റയാവുന്നതിന്റെ
കറുത്തഉടലിൽ സൂര്യനെ
മുഖാമുഖം കണ്ടത്.
ഒറ്റപ്പെടുന്നതിന്റെ
മുങ്ങാങ്കുഴിയിടുന്ന മേഘരാശിയെ
മഴ കൊണ്ടെടുത്തത്.

പക്ഷി

നട്ടപ്പാതിരയിലും
ചിറക് കുലച്ച് വേഗമെയ്യുന്ന
ദിക്കുകൾ ക്കുർമ്മപ്പെടുത്തുന്ന
മധുരമായ് പൂത്തു ചിലയ്ക്കുന്നു.
ജലക്കിണ്ണത്തിൽ
നിലാച്ചന്തം
ചന്ദ്രായനം.
ഒറ്റയിലും
ഒരായുസ്സിന്റെ
ചിത്രം തുന്നിടാം.
ഒറ്റമരക്കൊമ്പിൽ
ഒരൂഞ്ഞാലാട്ടം
ഓർമ്മനിഴലാട്ടം.

ഒറ്റമുറിക്കാട്ടിൽ
ഒറ്റയ്ക്ക്
ഒരൊറ്റയാൻ.

2013

കാതിലെത്താത്ത നിലവിളികൾ

ആകാശം നഷ്ടപ്പെട്ട
പറവകളെപ്പോലെ
ഇരുൾശാഖികളിലൂർന്ന്‌വീണ്
ഒരു കറുത്തഭ്രപടം തീർത്ത്
കാതിലെത്താത്ത നിലവിളികൾ.

ഉപേക്ഷിതമായ നിലവിളികളുടെ
ഖരമൗനം പൊടിഞ്ഞിറങ്ങുന്ന
ഇലയനക്കങ്ങൾ.

ബധിരകർണ്ണങ്ങളാലപായപ്പെട്ട്
വിഘടിതമായ വാക്കുകൾ.

ചുണ്ടിനും കാതിനുമിടയിൽ
ബാഷ്പീകൃതമായ കെഞ്ചലുകൾ.

കാറ്റ് ഞെക്കിയെടുത്തിയ
വെളിച്ചത്തുടിപ്പുകൾ.

മറുകര കാണാതെ
അദൃശ്യമാക്കപ്പെട്ട നൗകകൾ.

ചങ്കുപൊട്ടിത്തരിച്ചിരിക്കുന്നുവോ
ഭയനിഴൽപ്രദേശങ്ങൾ!

എത്ര തീവണ്ടികൾ
തീൻമേശകൾ
തെരുവിടങ്ങൾ
ഇരുളിടുക്കുകൾ
സമരമുഖങ്ങൾ
സമതലങ്ങൾ
എത്രയെത്ര...

കുന്നുകൾ വെട്ടിപ്പിളർ-
ന്നെത്തുമർക്കകിരണങ്ങ-
ളെന്നോർത്താർത്തിമൂത്ത്
മുഴുഭ്രാന്തുമായ് സ്വപ്നങ്ങൾ
പിന്നെയും ബാക്കി.

കൊട്ടിയടച്ചിട്ട വാതിൽ,
മുട്ടിത്തുറക്കുവാനാവാത്ത
കൽത്തുറുങ്കുകൾ, കാതുകൾ,
കേൾക്കാതെ പോകുന്നു.

നിലവിളികൾ-
ക്കുന്നം പിഴയ്ക്കാതെ
നെഞ്ചു പിളർത്തട്ടെ !

പൊട്ടിത്തെറിക്കട്ടെ
നിന്റെ കാതുകൾ ;
എന്റെയും !

2014

ചോദ്യങ്ങൾ

ചോദ്യങ്ങൾ
ചോദിക്കാനുള്ളതാണ്.

ചോദ്യം ചെയ്യപ്പെടാത്ത രാജാവും
ചോദ്യങ്ങളാൽ വളയപ്പെടാത്ത രാജ്യവും
എത്ര ഭീകരമായ ഉത്തരമാണ് !

ആയതിനാൽ നമുക്ക്
ചോദ്യങ്ങളാൽ അക്രമാസക്തരാകാം.

'ഉണരാറായില്ലേ?'
എന്ന ചോദ്യം സൂര്യനും
'പോകാറായില്ലേ?'
എന്ന ചോദ്യം ചന്ദ്രനും
അഭിമുഖീകരിക്കാറുണ്ട്.

'വൈകിട്ടെന്താ പരിപാടി?'
എന്ന് പക്ഷികൾ കലപിലത്ത്.

'കാറ്റുണ്ടോ? മഴയുണ്ടോ?'
എന്ന് മരങ്ങൾ മാനം നോക്കി.

'ജയിക്കുമോ? തോൽക്കുമോ?'
എന്ന് കുട്ടികൾ പേടി മൂത്ത്.

'വരുമോ? കാണുമോ?'
എന്ന് കാമുകർ പ്രണയം കാത്ത്.

ആൾപാർപ്പില്ലാത്തവീട് പോലെയോ
കാറ്റെടുത്തകടലാസ് പോലെയോ
മലർന്നുകിടന്നുതുപ്പുന്ന പോലെയോ
ചിലചോദ്യങ്ങൾ.

ചരിത്രപാഠങ്ങളിലെ
ചുളിവുകൾ നിവർത്തി നേർരേഖകൾ വരച്ചും,
വിടവുകൾ നികത്തി വഴിമരങ്ങൾ നട്ടും,
ഇരുളുകളലക്കി വെളുപ്പേറ്റിയും
ചിലചോദ്യങ്ങൾ.

മരുഭൂമികൾ കാടുകയറാതെ നോക്കിയും,
നക്ഷത്രങ്ങളിലേക്ക് കാഴ്ചകൾ ഒട്ടിച്ചും,
പൂക്കളെ സ്വന്തം മണത്തിലേക്ക് തിരിച്ചിട്ടും
ചിലചോദ്യങ്ങൾ.

ചോദ്യങ്ങൾ
വെറും ഉത്തരംതീനികളല്ലെന്നും
സമരായുധവും ദർശനസ്വരൂപവും
പ്രവചനസ്വഭാവവും പ്രകടിപ്പിക്കുന്നത്
സഹജവാസനയെന്നും
ചോദ്യോത്തരവേള കസറി.

വിയോജിപ്പിന്റെ ശബ്ദങ്ങളെ
വെടിയുണ്ടകൾ കൊണ്ട് നേരിടുന്നവർ
ചോദ്യങ്ങളാൽ അഭാവപ്പെട്ടുമെന്നും
ചോദ്യങ്ങളെയുൾക്കൊള്ളാൻ
മടിക്കുന്ന സമൂഹം
ഒരു ചോദ്യചിഹ്നമായ്
ഉത്തരംമുട്ടി ന്യൂനപ്പെട്ടുമെന്നും
അഗ്നികെടാത്ത ഒരുക്കൂട്ടം
ചുവരെഴുത്തുകൾ മുഷ്ടിചുരുട്ടി.

ശരിയായ ചോദ്യങ്ങൾ കൊണ്ടേ
ഒരു ദേശത്തെ സ്നാനപ്പെടാത്താനാവൂ.

അതുകൊണ്ട് നമുക്ക്
ചോദ്യങ്ങൾ ചോദിച്ചുകൊണ്ടേയിരിക്കാം.

ചൂണ്ടുവിരൽ
ഒരു ചോദ്യചിഹ്നം കൂടിയാണ്!

2014

ശംഖ്

കാലിൽ തടഞ്ഞത്
കാലം കൈവിട്ട
ഒരു ശംഖ്.

ഭ്രൂണാകൃതി
രക്തച്ഛവി
ജൈവം.

ഹൃദയമോ?
ആദിരൂപമോ?

വിരലോടിക്കെ
അനാഥത്വച്ചെതുമ്പലിൽ തട്ടി
രക്തം സ്രവിച്ചു.
കാതോർക്കെ
അക്ഷരസമുദ്രത്തിലെ
സങ്കടജലാരവം.
കണ്ണുറപ്പിക്കെ
അനുഭവക്കെട്ടുതി വീണ
പിരിസ്ഥലങ്ങൾ.

വലമ്പിരിയിൽ-
ബലിക്കോഴികളുടെ
ആത്മപരിപീഡനങ്ങൾ,
വർത്തമാനകാലുഷ്യത്തിന്റെ

അന്തഃക്ഷോഭങ്ങൾ,
കാനൽജലം തേടി
മോഹഭംഗം വരിച്ചോന്റെ
ശിഥിലജ്യാമിതികൾ,
പ്രൊമേഥ്യൂസിന്റെ
കരൾക്കടച്ചിൽ പിടഞ്ഞ
പർവ്വതമടക്കുകൾ,
ആഭിചാരവും ശാപവും കലർന്ന
സ്നേഹമൊഴികൾ,
വെറുപ്പും വിദ്വേഷവും നിറഞ്ഞ
സൗഹൃദചുംബനങ്ങൾ.

ഇടമ്പിരിയൽ-
പ്രകാശം പരത്തുന്ന പെൺകുട്ടിയുടെ
സന്ധ്യയും വസന്തവും,
സൂര്യരഥത്തിലെ യാത്രക്കാരുടെ
ആശയും ആകാശവും,
സ്നേഹിച്ചു കൊതിയാറാത്തോന്റെ
പ്രഫുല്ലസ്വപ്നദർശനം,
വിദ്യയുടെ അകംപൊരുളറിയുന്ന
നിസ്തന്ദ്രസർഗ്ഗവൈഭവം.

ശംഖിനെന്റെ
അമ്മയുടെ ഗർഭപാത്രത്തിന്റെ ചൂട്
പ്രഥമരേതസ്സിന്റെ വാസന
തലയോട്ടിയുടെ ഉറപ്പ്
സ്വപ്നത്തിന്റെ സാന്ദ്രത
ആത്മാവിന്റെ സംഗീതം.

ശംഖിനെന്റെ പ്രതിച്ഛായയെന്നോ?
ആ ശംഖ് ഞാൻ തന്നെയെന്നോ?

വലിച്ചെറിയാനാവാത്ത
ബന്ധസമന്വയം!

1991

ഘടികാരം

സമയം
ഘനീഭവിച്ച കാലം.

നിലവിളി
ഖരരൂപമായ നിശ്ശബ്ദത.

അപഹരിക്കപ്പെട്ട
സ്വപ്നങ്ങളുടെ
ആത്മായനം.

ഒന്നുമില്ല
മുന്നിൽ;
പിടിച്ചുകയറാൻ
ജീവിതച്ചരട്,
മുങ്ങിച്ചാവാൻ
ഒരാഴം.
ഓർമ്മിക്കാൻ
ഒരേട്.

ഹൃദയഭിത്തിയിൽ
ഞാന്നുകിടക്കുന്ന
ഘടികാരം
എന്റെ മരണമുഹൂർത്തം
കുറിച്ചു കൊണ്ടു തന്നെ.

ഒഴുക്കു മറന്ന പുഴ പോലെ
സമയം മറന്ന ഘടികാരം.

ആയുസ്സിന്റെ ഉപവനം ഉപേക്ഷിച്ച്
സമാധിസ്ഥമാവാൻ വെമ്പുന്ന
പെൻഡുലം.
കരൾപറിഞ്ഞ കടച്ചിൽ പോലെ
ടിക്-ടിക് നാദം.
അനുഭവക്കാഴ്ചയിലേക്ക്
ഒലിച്ചിറങ്ങുന്ന ഓർമ്മകളുടെ
അധിനിവേശനിഴലുകൾ പോലെ
നിമിഷസൂചികൾ.
കാലത്തിന്റെ
ഹൈടെക്ചിഹ്നവ്യവസ്ഥ പോലെ
അക്കങ്ങളും അടയാളങ്ങളും.

തീപിടിച്ച കരിയിലക്കാടായ്
ഘടികാരഹൃദയം.
നിണമണിഞ്ഞ
സമയത്തിന്റെ ഇരുൾവിതാനം.

അനന്തരം
ഒരു സ്വരച്ഛേദംപോലെ
ഘടികാരഹൃദയം നിലച്ചു.

സമയാഘാതം.

കാലത്തിന്റെ പ്രാറമ്പേൽ
ഭൂമിയുടെ കണ്ണുനീർ
തറഞ്ഞ ഒച്ച.

ഒരു മണിമുഴക്കത്തിന്റെ
വേരറ്റുവീഴ്ച വീണ്ടും
എനിക്കായി.

1989

പുനരാവർത്തം

ഉടഞ്ഞ ശംഖിലെ
ഒഴുകിപ്പരന്ന മൗനം
ശൈശവം.

പെയ്തൊറിയ മഴയിൽ
നനഞ്ഞു വിയർത്ത്
ബാല്യം.

പൊഴിഞ്ഞ തൂവലുകൾ പെറുക്കി
ചിറകുകൾ പുനർനിർമ്മിച്ച്
കൗമാരം.

ജീവിതം വളരെ
അപകടകരമായി ജീവിച്ച്
യൗവ്വനം.

ഒറ്റപ്പെടലിന്റെ അരക്ഷിതാവസ്ഥയിൽ
അടർന്നുവീണ്
വാർദ്ധക്യം.

ഓർമ്മയിൽ നികരുന്ന
ജലസസ്യമായ്
പരേതൻ.

അടഞ്ഞപുസ്തകത്തിലെ
എഴുതാത്ത അദ്ധ്യായം
വായിക്കപ്പെടുന്നത്
ഏത് പാപജന്മത്തെ
സ്നാനപ്പെടുത്താനാണ്?

നടക്കാതെ പാഴായ
ചരിത്രപാതയിലെ പടർപ്പിൽ
കാണാതെപോയ വസ്തുവിന്റെ
വീണ്ടെടുപ്പിനായി
പുനരപി ജനനം.

2011

ഒഴുക്ക്

ജലത്തിന്
മുന്നോട്ടേ
ഒഴുകാനറിയൂ.

തിരിച്ചുകയറൽ
കണ്ണിൽ
കയറ്റത്തിൽ
കഴിഞ്ഞതിൽ
അസാദ്ധ്യമാവുന്നത്
അതിനാലാണ്.

കാലത്തിന്
പിന്നോട്ടൊഴുകി
ചരിത്രത്തിൽ ചടഞ്ഞിരിക്കാം.
കാറ്റിന്
മുന്നോട്ടും പിന്നോട്ടുമൊഴുകി
സർവ്വവ്യാപനം ചമഞ്ഞിരിക്കാം.
വെട്ടത്തിന്
പരന്നൊഴുകി
കാഴ്ചയ്ക്ക് കാവലാളാകാം.

മുന്നോട്ടു പോകുന്തോറും
പിന്നോട്ടൊഴുകുന്ന വേരുകൾ.
പിന്നോട്ടു പോകുന്തോറും
മുന്നോട്ടൊഴുകുന്ന ഓർമ്മകൾ.

ഒഴുകാതെ ഒഴുകി സൂര്യൻ
ഒഴുകി ഒഴുകാതെ ഭൂമി.

ഒഴുക്ക്
ആഴത്തിലേക്ക്;
കടൽ, ഇരുട്ട്, മൗനം.

ഒഴുക്ക്
പുതുക്കുന്നു;
പ്രതലം, ജീവിതം, കാലം.

ഒഴുക്കുറഞ്ഞ
അടക്കിപ്പിടിച്ച കരച്ചിൽ,
വൃദ്ധവിലാപം.

ഒഴുക്കടർന്ന
സമയസൂചികൾ,
മൃത്യുഘടിക്കാരം.

പിൻതലക്കണ്ണുമായി
നടക്കുന്ന ലോകമേ,
നെറ്റിക്കൺ തുറന്ന്
മുൻകാലിലൂടൊഴുകുക !

നോക്കു,
ജലത്തിന്
മുന്നോട്ടേ
ഒഴുകാനാവൂ.

ദൂരങ്ങൾ ഒലിച്ചു പോവുന്ന
വേഗതയുടെ തുള്ളികൾ.

2014

വഴി

ഒരു വഴിയും
നമ്മിലേക്ക് വരുന്നില്ല
നാം വഴിയിലേക്കല്ലാതെ.

തുറസ്സോ തുടർച്ചയോ പോലെ
വഴി വിശ്വാസവുമാണ്;
എത്തിച്ചേരലിൽ തീരുന്നത്.

വഴി വഴിയും
വഴികാട്ടിയും.

മത്സ്യത്തിന്
സഞ്ചരിക്കുന്നതാണ് വഴികൾ.
വൃക്ഷത്തിന്
വേര് പടരുന്നിടം.
വെളിച്ചത്തിന്
തെളിയുന്നതെല്ലാം.

കണ്ണീരിന്
കവിളിലൂടെ
ഒരൊഴുക്കുവഴിയുണ്ട്.
പ്രണയത്തിന്
ആസക്തിയുടെ
ഒരുടൽവഴിയുണ്ട്.

വഴിപിരിയാൻ
ഒരു കരയിടിവുമതി.
വഴിപിഴയ്ക്കാൻ
ഒരു മഴവഴുക്കൽമതി.

വഴിയറിയാത്തോന്റെ ഗണിതം
തെറ്റാതെങ്ങനെ!

പകച്ചുനില്ക്കാനല്ലാ
പിന്തുടരാനും
പതിയെ പിന്തള്ളാനും.

കാലത്തിനുമുന്നേ
നടന്ന കാലൊച്ച
വഴിയുണർച്ച.

മായ്ച്ചും വരച്ചും
ചരിത്രവഴികൾ.
ഇല്ലാതായ വഴികളിൽ
കാണാതാവുന്നവർ.
തോൽവിയറിയാതെ
തോറ്റു പോകുന്നവർ.

ഒറ്റപ്പെട്ടവന്
വീട്ടിലേക്കുള്ള വഴി
മരണത്തിന്റെ നാൾവഴി.

വഴി നിരസിച്ച്
നിഴൽ നടത്ത.
മിഴി തുറന്ന്
നേർവഴി പിളരൽ.
ഓർമ്മവഴിയിൽ
ഒത്തുകൂടുന്ന
പല വഴികൾ.
പുറന്തള്ളപ്പെടാൻ
അധികനേരം ബാക്കിയില്ല.

വഴിവിട്ട പോക്കിൽ
വഴിക്കണ്ണു നട്ട്
വഴിവക്കിലാരോ!

2012

ആരവം

ഓർമ്മിപ്പിക്കുന്നു
ഒരാരവം
ഒരാൾക്കൂട്ടത്തെ.

അഥവാ,
ആൾക്കൂട്ടത്തിന്റെ
ഭാഷയാണ്
ആരവം.

ചിലപ്പോൾ
കാട് കത്തിയെരിയാറുണ്ട്.
ഇതേ ഭാഷയിൽ.

കടൽ
മീൻകുഞ്ഞുങ്ങൾക്ക്
സിംഫണിയൊരുക്കുന്നത്,
കാറ്റ്
കുന്നുകളിലും താഴ്‌വാരങ്ങളിലും
ക്ഷോഭിക്കുന്നവന്റെ
സുവിശേഷം പറയുന്നത്,
മഴ
പ്രണയത്തിന്റെ ഉൾമുറിവുകളിൽ
മറവിയെഴുതുന്നത്
ഇതേ ഭാഷയിൽ

ആരവമുറഞ്ഞ മൗനം
ബുദ്ധാ,
വിത്തായ്, വൃക്ഷമായ്,
പൊഴിയുന്നിലകളക്ഷരമുദ്രകൾ,
തോരാമൊഴിപ്പൊലിപ്പകൾ,
കല്ലറപ്പകൾ, നിന്നാത്മസാക്ഷ്യങ്ങൾ.

ഏകരൂപം, പൂർണ്ണസ്വരം
ഭൗമഗാംഭീര്യം, ഓങ്കാരം
കളകളാരവം.

ഏതൊരാരവം
വന്നെന്റെ സ്വപ്നങ്ങളെ
വാരിപ്പകർത്തും ആകാശശിഖരങ്ങളിൽ?

ഏതൊരാരവം
ഇരുട്ടുകൾ കുട്ടിമുട്ടിച്ചിതറുന്ന വെളിച്ചമായ്
ശബ്ദമില്ലാത്തവരുടെ ശബ്ദമായ് തീർന്നിടും?

ഒരാരവം
കേൾക്കാതെ കേട്ടുവോ
മറ്റൊരു ഭാഷയിൽ?

നിലവിളിയും
ഒരു ഭാഷയാകുമോ
ആരവം പോലെ?

ഞാൻ
ഭാഷാന്തരത്തിനു ചേരാത്ത
ഒരാരവം!

2013

മൗനം

മൗനം താപസന്റെ ഉണർവ്വമരം
മൗനം മരണത്തിന്റെ ശവക്കച്ച
മൗനം കലാപത്തിന്റെ ഗർഭസ്ഥം.

മൗനത്തിന്റെ വാഗർത്ഥത്തിന്
അക്ഷരസാഗരത്തിന്റെ ധ്യാനഗരിമ.
മൗനത്തിന്റെ ശിലാസ്മാരകത്തിന്
രക്തസാക്ഷിത്വത്തിന്റെ ത്യാഗമഹിമ.

മൗനം ആർജ്ജവമാകുന്നു
മൗനം ആർദ്രതയാകുന്നു.

മൗനം-
ശബ്ദാക്ഷരങ്ങളുടെ തടവറയാകുന്നു
പ്രവാസവ്യഥയുടെ സൂര്യതാപമാകുന്നു
താൻനെയ്ത്ത വല
തനിക്കുതന്നെ കൊലക്കയറാകുന്ന
എട്ടുകാലിയുടെ ദുരന്തബോധമാകുന്നു
ഭൂകമ്പം, പേമാരി, പടയോട്ടം
ശേഷിപ്പിക്കുന്ന നിമിഷസ്പന്ദനമാകുന്നു.

മൗനം നിദ്രയുടെ സ്വപ്നാടനം
മൗനം സ്മൃതിയുടെ തീർത്ഥാടനം.

പ്രത്യാശയുടെ പ്രഫുല്ലനക്ഷത്രമാണ് മൗനം
ആത്മാവിന്റെ സ്വകാര്യസംഗീതമാണ് മൗനം
പിരിയുന്ന മനസ്സുകളുടെ പ്രാർത്ഥനയാണ് മൗനം
വിഷാദസഞ്ചാരിക്കഭയമാകുന്ന വാക്കാണ് മൗനം
എഴുത്തറിവിലെ നിറവാണ് മൗനം
എഴുത്തച്ഛന്റെ തികവാണ് മൗനം.

മൗനം കവിയുടെ കാഴ്ചപ്പെരുമ
മൗനം കവിതയുടെ കാതൽപ്പൊലിമ.

മൗനം:
കാലത്രയത്തിന്റെ അരമുള്ള നാവ്
ചരിത്രമറവി തമസ്കരിച്ച നേർകണ്ണ്
തെറ്റിന്റെ വീതുളി വീണ നെറ്റിത്തഴമ്പ്
പ്രകൃതിയുടെ തന്നിലേക്കുള്ള പ്രയാണം
പ്രണയമോതിരം വിഴുങ്ങിയ മത്സ്യം
പ്രജ്ഞയുടെ നിർവികല്പസമാധി.

മൗനം സ്വപ്നയാത്രാപേടകം
മൗനം വാക്കു ചേക്കേറും ചില്ല.

സത്യത്തിന്റെ
സാർത്ഥകതയാണ് മൗനം;
സൗന്ദര്യവും.

സ്നേഹത്തിന്റെ
സ്നിഗ്ദ്ധതയാണ് മൗനം;
സമാധാനവും.

മൗനം
ജീവന്റെ ജീവനും
ആദിവചനവും
വെളിപാടുമാകുന്നു.

1983

ആധിപത്യസൗന്ദര്യശാസ്ത്രം

ചിലപ്പോൾ
അങ്ങനെയാണ്.

സൃഷ്ടി
സ്രഷ്ടാവിനുമേൽ
ആധിപത്യം
സ്ഥാപിക്കാറുണ്ട്.

മനുഷ്യൻ
പ്രകൃതിക്കുമേൽ.

പുത്രൻ
പിതാവിനുമേൽ.

മതം
മനുഷ്യനുമേൽ.

ഭരണകൂടം
ജനതയ്ക്കുമേൽ.

സ്വാധീനിക്കുക
നിയന്ത്രിക്കുക
നശിപ്പിക്കുക
എന്നതത്രെ
അടവുതന്ത്രം.

ചെറുത്തുനിൽക്കാം
അല്ലെങ്കിൽ
കീഴടങ്ങാം.

ഏതായാലും
ആകാശം
മേഘാവൃതമാണ്.

2004

കറുപ്പ്

കറുപ്പ്
ഒരു ചിഹ്നഭാഷയാണ്.

യുദ്ധം
മരണം
ദുഃഖം, ദുരാചാരം
തിരോധാനം, തിരസ്കാരം
മൗനം, നിദ്ര, നിരാലംബത
ആഴം, ഉയരം, അപാരത
ശൂന്യതാബോധം, അപകർഷതാബോധം.

കരുത്ത്
കാർക്കശ്യം
കണിശത.

സത്യത്തെ കറുപ്പുകൊണ്ടേ
അടയാളപ്പെടുത്താനാവൂ
കാരണം
കറുപ്പാണ് സത്യം.

വെളിച്ചത്തിന്റെ ആദ്യതുള്ളിവീണത്
കറുപ്പിന്റെ കൺമണിയിൽ.
സൃഷ്ടിയുടെ ആദ്യലിപി
കറുപ്പിന്റെ ഗർഭഗൃഹത്തിൽ.

കാലത്തിന്റെ
തുടക്കം ഒടുക്കം;
ദൂരത്തിന്റെ ജീവിതത്തിന്റെ.

ഭൂമി
ചന്ദ്രൻ
ആകാശം.

വെളുപ്പിന്റെ നഗ്നമാക്കപ്പെട്ട
സത്സ്വരൂപത്തിന്റെ നിറംതന്നെ....

കറുപ്പാണ്
കാതൽ.

സന്ധ്യ ഒലിച്ചിറങ്ങിയ
തടാകം.
മഴമേഘങ്ങളുടെ
ഹൃദയഭൂപടം.
ഓർമ്മ തളർന്നുറങ്ങിയ
വിനാഴിക.

2.

കറുപ്പിന്റെ ശരീരശാസ്ത്രം
കേവലം മെലാനിൻ പ്രശ്നമല്ല.

അതൊരു അവസ്ഥയാണ്,
ജീവിതവ്യവസ്ഥയാണ്.

ഇല്ലായ്മകളുടെ
ഭക്ഷ്യം, വസ്ത്രം, പാർപ്പിടം
ആരോഗ്യം, വിദ്യാഭ്യാസം, വെള്ളം, വെളിച്ചം.

പ്രാന്തവത്കരിക്കപ്പെട്ടതിന്റെ
അധഃസ്ഥിതി.
അതിജീവനത്തിനായുള്ള
ചെറുത്തുനില്പ്.

പീഢാനുഭവത്തിന്റെ
രക്തരൂക്ഷിതനോട്ടം.

നിലവിളിച്ചുകൊണ്ടുപോകുന്ന കരിവണ്ടി
സമാഹരിക്കപ്പെടുന്ന കോപമാണ്.

എല്ലാ കറുപ്പും
ഒരു പ്രഭാതത്തെ സ്വപ്നം കാണുന്നു.

ഒരു നിഷേധചിഹ്നം കൂടിയാണ്
കറുപ്പ്;
ആത്മപ്രതിരോധവും.

2004

പേടി

പേടിപ്പെടുത്തി
വശപ്പെടുത്തി
നാശപ്പെടുത്തും
ചിലർ.

പേടിപ്പെടുത്തി
കീഴ്പ്പെടുത്തി

നഷ്ടപ്പെടുത്തും
മറ്റുചിലർ.

കടൽ കരയോടും
കര തിരയോടും
ചെയ്യുന്നത് അതാണ്.

കാറ്റിന് വീശാൻ പേടി;
ഇല കൊഴിഞ്ഞാലോ!
മഴയ്ക്ക് പെയ്യാൻ പേടി;
കര കവിഞ്ഞാലോ!
മൊട്ടിന് വിടരാൻ പേടി;
പറിച്ചെറിഞ്ഞാലോ!

'പേടിക്കണം,സ്വന്തം
നിഴലിനെപ്പോലും'
ഉച്ചവെയിൽ മൊഴി.

ഞെട്ടിപ്പിടയ്ക്കുന്ന
പേടിച്ചരണ്ട കണ്ണുകൾ
ഇരിപ്പിലും നടപ്പിലും.

ഗ്യാസ്സ്റ്റൗ കെടുത്തിയോ?
ഗേറ്റ് കുറ്റിയിട്ടുവോ?
വാക്കിലഴുക്ക് പുരണ്ടുവോ?
നോക്കിലശ്ലീലം തൊട്ടുവോ?
പിന്നിലൊരു ഭീഷണി പതുങ്ങിയോ?
മുന്നിലൊരു അപായം ചിലമ്പിയോ?
മക്കൾ വീടെത്തിയോ?

കുടഞ്ഞെറിഞ്ഞാലും
പോകാതെ പേടി
മനസ്സിന്റെ
ഇലഞരമ്പിലും
വഴിവരമ്പിലും!

2011

ഉറക്കം നടിക്കുന്നവരുടെ വീട്

ഈ വീട്ടിൽ
ആരും ഉറങ്ങുന്നില്ല ഉണരുന്നില്ല;
ഉറക്കം നടിക്കുന്നവർ മാത്രം.
അതുകൊണ്ടുതന്നെ
ഒരു കോഴിക്കും കഴിയാറില്ല
അവരെ കൂവിയുണർത്താൻ.

ഉറക്കം നടിക്കുന്നവരുടെ വീട്
ഒച്ചയില്ലാതെ സ്വയം സംസാരിക്കുന്ന
ഒരു നിഴൽ മാത്രമാണ്.

നനച്ച് കുതിർക്കാം
ഏതു മഴയ്ക്കും.
പറിച്ചു നടാം
ഏതു കാറ്റിനും മറ്റൊരിടത്തേക്ക്.
കത്തുന്നില്ല ഒരഗ്നിയും ഇവിടെ.
വേവുന്നില്ല ഒരുപിടി ചോറുപോലും.

എന്നിട്ടും
വിശപ്പോ, വിലാപമോ,
കൂട്ടആത്മഹത്യയോ ഇല്ല.
സഹനം എത്ര മനോഹരമായി
അലങ്കരിക്കപ്പെട്ടിരിക്കുന്നു!

ഉറക്കം നടിച്ച്
കണ്ണടച്ചിരുട്ടാക്കി
വെളിച്ചത്തെ അപ്രത്യക്ഷമാക്കൽ
ഒരു കല തന്നെയാണ്;
ഒന്നും കാണുകയോ കേൾക്കുകയോ
മിണ്ടുകയോ വേണ്ട.

സ്വപ്നം പോലും
മുട്ടി വിളിക്കാനില്ലാത്തതിനാൽ
ഒരു വാതിലും തുറന്നിടേണ്ടതില്ല.

സദാ അടഞ്ഞുകിടക്കുന്ന ഈ വീട്ടിൽ
എല്ലാവർക്കും സുഖമാണ്
വാതിൽ തുറക്കുവോളം.

2011

മിണ്ടൽ

'മിണ്ടാത്തതെന്തേ?'
എന്നു ചോദിക്കരുത്.

മിണ്ടൽ സംഭവബഹുലമായ
ഒരു കഥാനിർമ്മിതിയാണ്
ചിലർക്ക്.

ഉപ്പൽ വിഴുങ്ങി വിഴുങ്ങി
തൊണ്ടയിൽ കുരുങ്ങിപ്പോയ വാക്കുകൾ
പുറത്തെടുക്കുക പ്രയാസം
മറ്റുചിലർക്ക്.

മിണ്ടിയാൽ മൗനത്തിന്
മുറിവേൽക്കുമോയെന്ന
അപമാനവീകൃതമായ ഭയമാണ്
വേറെചിലർക്ക്.

നുണകളുടെ പ്രത്യയശാസ്ത്ര
പരിസരത്ത് പായിട്ടുറങ്ങുന്നവർക്ക്
മിണ്ടൽ ഒരു പ്രശ്നാധിഷ്ഠിത
പ്രതിസന്ധിയിലെത്തിക്കാം.

ചില നേരങ്ങളിൽ മിണ്ടൽ
അത്ര സുഖമുള്ള ഏർപ്പാടല്ല;
പ്രത്യേകിച്ചും തടികേടാവുന്ന

അകാല്പനിക സന്ദർഭങ്ങളിൽ.
(മിണ്ടലിന്റെ ആവിഷ്കാരസ്വാതന്ത്ര്യത്തെ
ക്കുറിച്ചു മാത്രം മിണ്ടിപ്പോകരുത്.)

മിണ്ടലിന്റെ ദൃശ്യാവിഷ്കാരഭംഗിയും
സർഗ്ഗാത്മകതയും വിപണനമൂല്യവും
അറിയാവുന്നവർക്കല്ലേ അറിയൂ.
അതുപയോഗിക്കേണ്ട രീതിയിൽ
ഉപയോഗിക്കേണ്ടനേരത്ത്
ഉപയോഗിക്കുന്നതാണ്
മിണ്ടലിന്റെ പ്രൊഫഷണലിസം.
അതിനാൽ
'മിണ്ടാതിരി'യെന്നും പറയരുത്.

മിണ്ടേണ്ടിടത്ത്
മിണ്ടാതിരിക്കലും
ഒരു മിണ്ടലാണ്, സുഹൃത്തേ!

2011

സഞ്ചാരം

ഓരോ സഞ്ചാരവും
ഓർമ്മപ്പെടുത്തുന്നത്
ഓരോന്ന്.

നടന്നവ
മറന്നവ
വെറുത്തവ
മടുത്തവ
കൊതിച്ചവ
കൊഴിഞ്ഞവ.

കാഴ്ചയിൽ
നിറന്നും പൊലിഞ്ഞും
പറന്നലിഞ്ഞും.

സഞ്ചാരം
ജീവിതത്തിലൂടെ
ഇഴഞ്ഞിഴഞ്ഞ് പുഴുവിനെപ്പോലെ
അല്ലെങ്കിൽ
ആക്രാന്തപ്പെട്ട് അക്രമിയെപ്പോലെ.

നമ്മെ നാം തന്നെ
നയിക്കേണ്ടിവരുന്നു;
വഴി മുറിയാതെ
വഴിവിളക്കണയാതെ.

കാലത്തെ മറികടന്ന്
ഓരോ ചുവടും.

ബദൽജീവിതം ചുമന്ന്
സ്വത്വസഞ്ചാരം.
കവിതയിൽ കനലിച്ച്
സർഗസഞ്ചാരം.
പ്രണയവഴികളിലൂടെ
ഹൃദയസഞ്ചാരം.
എത്തിപ്പെടലിന്റെ സമയദൂരം
സദാസഞ്ചാരം.

സഞ്ചാരയോഗ്യമല്ലാത്ത
ചരിത്രപഥങ്ങളിൽ
ചരിത്രമാവാതെ
മടക്കസഞ്ചാരം.

2011

ബ്രദർ

ബ്രദർ,
നിനക്ക്
നിനക്കുവേണ്ടി മാത്രം

ക്രൂശിതരൂപന്റെ
പരിശുദ്ധഹൃദയത്തിൽ നിന്നും
ഞാനൊരു മെഴുതിരി
കത്തിച്ചു തരുന്നു.

പഞ്ചക്ഷതങ്ങളിൽ നിന്നും
സഹനത്തിന്റെ
രക്തപുഷ്പങ്ങൾ.
ഈസ്റ്റർമരത്തിലെ
ആകാശപ്പറവകൾ.

ബ്രദർ,
കാനൽജലം
നരഞ്ഞു പൊന്തുന്ന
വാഗ്ദത്തഭൂമിയിൽ നിന്ന്
കൃഷ്ണമണിയിലെ
സമരരാശികൾ,
യുവതയുടെ
അത്താണി,
അറിവിന്റെ
സുവിശേഷിപ്പ്,

തിരിച്ചെടുക്കാത്ത
സ്നേഹത്തിന്റെ
പാനപാത്രം,
മൂർദ്ധാവിലൊരു
വിശുദ്ധചുംബനത്തിന്റെ
തഴമ്പ്.

നിനക്കുവേണ്ടി
ഇതെല്ലാം.

നീയാണ്
ഇന്നിന്റെ
ന്യായപ്രമാണം,
ഇന്നലെയുടെ
പാദപീഠം,
നാളെയുടെ
തോട്ടം സൂക്ഷിപ്പുകാരൻ.

ഇതാ
നിനക്കെന്റെ
വരുംകാല ദിവ്യസങ്കീർത്തനം.

1984

ഉത്തരങ്ങൾ

ഉത്തരങ്ങൾ
അധികാരികളുടേതാകുമ്പോൾ
സംശയരഹിതവും
വിശ്വസനീയവുമായിരിക്കണം.

എന്നാൽ
അതൊരിക്കലും സംഭവിക്കാറില്ല
കാരണം
ചോദ്യത്തിൽ നിന്നും
ഉത്തരത്തിലേക്കുള്ള ദൂരം
അവരൊരിക്കലും നടന്നുതീർക്കാറില്ല.

നഗ്നപാദരാകാനോ
ഇടവഴികളിൽ ഹതാശരാകാനോ
വാക്കുകൾക്കിടയിലെ കൈത്തോടുകൾ
മുറിച്ചുകടക്കാനോ തയ്യാറാകാറില്ല.

പക്ഷികളെപ്പോലെ പറന്നുയരാൻ
വേരുകളെപ്പോലെ ആഴ്ന്നിറങ്ങാൻ
നിലാവിനെപ്പോലെ പരന്നൊഴുകാൻ
അവർക്കാവുന്നില്ല.
നിന്നിടത്ത് ഒറ്റത്തടികളായി
വളർന്നു വലുതാവുകമാത്രം;
പൂക്കുകയോ, കായ്ക്കുകയോ,
തണൽമരമാവുകയോ ചെയ്യാതെ.

അതുകൊണ്ടുതന്നെ
ചോദ്യത്തിൽ നിന്നും ഉത്തരത്തിലേക്ക്
ഒരെത്തിനോട്ടം
അല്ലെങ്കിൽ
ഒരെടുത്തുചാട്ടം
അത്രയേ അവർ ചെയ്യാറുള്ളൂ.

ആകയാൽ
അധികാരികളുടെ ഉത്തരങ്ങൾക്ക്
ഒരു ചോദ്യചിഹ്നമോ
ആശ്ചര്യചിഹ്നമോ കൊടുത്ത്
സ്വയം അടർന്ന് മാറുക.

ശുദ്ധീകരിക്കപ്പെടാത്ത ഒരു ജനതയ്ക്ക്
ഉത്തരങ്ങളും അത്തരത്തിലാവാതെ വയ്യല്ലോ!

2011

അടരൽ

കണ്ണുകൾ
എത്ര പരതി !

ഒന്നുകാണാൻ
വെറുതെ.

വെറുതെയായി !

ഇത്രമേൽ
സ്നേഹമരുത്
പ്രാണനെ കത്തിച്ച്
അത്രമേൽ
ആത്മാവുവരെ.

ദൗത്യം പൂർത്തിയാകാതെ
ഭൗമാന്തരീക്ഷത്തിൽ
എരിഞ്ഞുതീർന്ന
ഉപഗ്രഹം.

ശരീരത്തിൽ നിന്നും
പുറത്താക്കപ്പെട്ട
മനസ്സ്.

കാറ്റ് പറത്തിക്കളഞ്ഞ
ഇല.

ഇരുളടഞ്ഞ
ഈ വീടിന്റെ മേൽക്കൂരയിലേക്ക്
ഇനിയൊരു മഴ പെയ്തിറങ്ങുമോ?

ഈ നട്ടുച്ചയ്ക്ക്
ഞാനിറങ്ങി നടക്കുന്നത്
ദൂരം താണ്ടുവാൻ മാത്രമല്ല
വിയർക്കുവാനും വിശക്കുവാനും
കവിതയിൽ തളർന്നിരിക്കാനും കൂടിയാണ്.

2013

അടയാളങ്ങൾ

ഒന്നും
അടയാളപ്പെടുത്താതെ
ഒരു കാലം.

ചരിത്രത്തിൽ
ഒരോർമ്മയും
വിവർത്തനം ചെയ്യപ്പെടുന്നില്ല.

അധികാരം
അതിക്രമം
ആൾക്കൂട്ടവിപണനം
നാനോടെക്നോളജി
കീഴാളസ്വത്വാന്വേഷണം
വഞ്ചിതമായ ചാനൽക്കാഴ്ചകൾ.

ജീവിതം
ജീവിച്ചു തീർക്കുന്ന
ജനജീവിതം.

ചരിത്രത്തിലെ
തരിശ്സ്ഥലരാശി.

2.

അടയാളങ്ങൾ
അളന്നിട്ട ദൃശ്യപ്രതിനിധാനങ്ങൾ.

അടയാളവാക്ക്
അടയാളമോതിരം
വിരലടയാളം
കൊടിയടയാളം.

സിന്ദൂരം-സീമന്തിനി
വെള്ളവസ്ത്രം-വൈധവ്യം
ഹൃദയംതുരന്ന ശരം-പ്രണയം.

'V'-ഫോർ വിക്ടറി
സർ. വിൻസ്റ്റൻ ചർച്ചിലിന്.
വിറകും മഴുവും
മുസ്സോളിനിക്ക്.
ചിഹ്നങ്ങളിലൂടെ സഞ്ചരിക്കുന്ന
ചൈനീസ് ഭാഷ.

3.

അടയാളപ്പെടുത്തുന്ന
ആകാശത്തിലെ പറവകൾ
പറന്നു പറന്നു ദൂരത്തെ.

കടൽ ആർത്തലച്ച്
ആഴത്തെ.

കാറ്റ് വീശിയുണർന്ന്
ചലനത്തെ.

ഓർമ്മ
ബാക്കിവച്ചതിനെ.

4.

അടയാളങ്ങൾ ഇങ്ങനേയും-
അടയാളങ്ങളിലൂടെ നിർദ്ധാരണം ചെയ്യുന്ന
വിഭജനരേഖകൾ.
വിസ്മരിക്കപ്പെട്ടവ വീണ്ടെടുപ്പിനായുള്ള
കപടബുദ്ധിത്തം.

ചരിത്രപംക്തികളിൽ നിന്നും
മുറിച്ചു മാറ്റപ്പെട്ടവരുടെ
അപകീർത്തിക്കപ്പെട്ട ജീവിതം
അടയാളമാക്കിവച്ചു കൊണ്ടേ
ചരിത്രപുസ്തകം വായനയ്ക്കെടുക്കാനാവൂ.

ഒരു ജനത ജീവിച്ചിരിക്കുന്നതു തന്നെ
ഒരടയാളപ്പെടുത്തലാണ്.

5.

ഇതും
അടയാളങ്ങൾ-

മനുഷ്യൻ
സ്വത്വം
മരണം.

2010

കാറ്റ്

കാറ്റിന്
കാറ്റിന്റെ വഴി.

പരന്ന്
പടർന്ന്
പകർന്ന്.

അരൂപം
സ്വരൂപം.

മുളയിൽ ഈണമായും
ഇലയിൽ താളമായും
ചിറകിൽ വേഗമായും
പൂവിൽ മണമായും
ആകൃതിപ്പെടാറുണ്ട്.

നിൽപ്പ്
ഇരിപ്പ്
കിടപ്പ്
സംഭവിക്കുന്നതേയില്ല.
സദാസഞ്ചാരം
ഒരിടത്തുമെത്തപ്പെടാതെ
എല്ലായിടത്തുമെത്തപ്പെട്ടും.

ആകാശം സ്വന്തമെന്നഹങ്കാരം

വൃക്ഷലതാദികൾ
ചങ്ങാതിക്കൂട്ടമെന്നഭിമാനം.

വൻകരകളിൽ, കടലുകളിൽ
പ്രസ്ഥാനങ്ങളിൽ, ഇതിഹാസങ്ങളിൽ
തൊട്ടും തലോടിയും,
കൊലവെറി നടത്തിയും
ചരിത്രശേഷിപ്പുകൾ പാറ്റിപ്പറത്തിയും.

താഴ്‌വരകളിൽ, തീരങ്ങളിൽ
പർവ്വതങ്ങളിൽ, മരുനിലങ്ങളിൽ
ജീവന്റെ തുള്ളികൾ
നട്ടും നനച്ചും തുലച്ചും.

നനഞ്ഞതുണിയിൽ ഉണക്കായി
പച്ചമുറിവിൽ ആശ്വാസമായി
പായ്ക്കപ്പലിൽ ദിശയായി
ചായക്കോപ്പയിൽ കുമിളയായി
സ്വയം വീണ്ടെടുക്കാറുണ്ട്.

മനുഷ്യരെപ്പോലെ തരാതരം
ഉൾപ്പരിവർത്തനപ്പെട്ട്
പട്ടികപ്പെടാറുമുണ്ട്.
സ്ഥിരസ്വഭാവംകാട്ടി സ്ഥിരവാതം
ആഗോളീകൃതമായി ആഗോളവാതം
പ്രാദേശികതയാൽ വിഘടിതമായി
കരക്കാറ്റ്, കടൽക്കാറ്റ്, പർവ്വതക്കാറ്റ്
കാലാവസ്ഥാവ്യതിയാനമനുസരിച്ച്
ദിശാമാറ്റം വരുത്തി മൺസൂണുകൾ
സൂര്യാഘാതം സൃഷ്ടിച്ച് 'ലൂ'
ഇടിയും മഴയുമായ് 'നോർവെസ്റ്റർ'
പർവ്വതനിരകളിൽ മഞ്ഞുരുക്കി 'ചിനൂക്ക്'
ആകാശം തെളിച്ചപ്പെടുത്തി 'മിസ്ട്രൽ'
കൊടുങ്കാറ്റുകൾ ചുഴറ്റി ചക്രവാതങ്ങൾ.

കാറ്റ് ഇറക്കി വിടുന്നു:

ആകാശത്തിന്റെ കടലിൽ നിന്നും
മേഘങ്ങളുടെ തിരയെടുപ്പുകൾ,
വൃക്ഷങ്ങളുടെ ആൾക്കൂട്ടത്തിൽ നിന്നും
ഇലകളുടെ പച്ചകൾ മഞ്ഞകൾ,
പൂക്കളുടെ പട്ടുചേലയിൽ നിന്നും
ഗന്ധങ്ങളുടെ ശലഭങ്ങൾ,
നിലാവിന്റെ മൗനത്തിൽ നിന്നും
ഓർമ്മകളുടെ മഞ്ഞുതുള്ളികൾ.

കാറ്റ്
കാലത്തിനൊപ്പം സഞ്ചരിച്ച്
വഴിയൊരുക്കുന്നു.

കാറ്റ് നിശ്ചലമാവുകയെന്നാൽ
കാലം മരണത്തിലൂടെ കടന്നുപോകുന്നു
എന്നർത്ഥമാണുള്ളത്.

സഞ്ചാരിഭാവമാണല്ലോ
കാറ്റിനും കാലത്തിനും.

വാക്കടഞ്ഞ്
കാറ്റൊലിക്കുന്നു.

കവിതയാവുന്നു.

2012

നക്ഷത്രങ്ങൾ

അമ്മയുടെ മരണമഞ്ചത്തിന്നരികിലും
ചിന്ത നക്ഷത്രങ്ങളെക്കുറിച്ചായിരുന്നു.

കവിക്ക് ചിദാകാശത്തെ കിനാത്തുള്ളികളും
കന്യാജനനിക്ക് വ്രതനിഷ്ഠയുമായ
നക്ഷത്രങ്ങളെക്കുറിച്ച്.

ഓർമ്മയുടെ ചരിവിടങ്ങളിൽ
ശകലിതമായ ചിറകുകൾ
തുന്നിച്ചേർക്കുന്ന ശലഭങ്ങളെപ്പറ്റി,
നിലാവിന്റെ ഇരുളടരുകളിൽ
വെളിച്ചത്തിന്റെ സ്ഥലപ്രകൃതി
അപഹരിക്കപ്പെട്ടതിനെപ്പറ്റി,
വാതോരാതെ സംസാരിക്കുന്ന
നക്ഷത്രങ്ങളെക്കുറിച്ച്.

പുനർജ്ജനി തേടുന്ന വിത്തിന്റെ ഉള്ളുരയും
തിരസ്കൃത സമൂഹത്തിന്റെ ആത്മബലവും
വിപ്ലവത്തിന്റേയും സമാധാനത്തിന്റേയും
ചിഹ്നഭാഷയും ചാലകശക്തിയും
ചരിത്രത്തിന്റെ ചാവേറുകളുമായ
നക്ഷത്രങ്ങളെക്കുറിച്ച്.

അമ്മയുടെ മരണമഞ്ചത്തിന്നരികിലും
ചിന്ത നക്ഷത്രങ്ങളെക്കുറിച്ചായിരുന്നു;

കളിയും കളിക്കോപ്പും കളിക്കൂട്ടമായ
നക്ഷത്രങ്ങളെക്കുറിച്ച്.

പക്ഷേ,
അമ്മയ്ക്കെന്നും നക്ഷത്രങ്ങൾ
അപരിചിതങ്ങളായിരുന്നല്ലോ!

വാതിൽപ്പുറവും
എഴുത്തകവും പോലെ.

ഒരിക്കലുമൊന്നിലുമാശവയ്ക്കാത്ത
അവകാശം വയ്ക്കാത്ത,
ഒന്നിനെക്കുറിച്ചുമാകുലപ്പെടാത്ത
ആവലാതിപ്പെടാത്ത,
തറ, ചുവരുകൾ, മേൽക്കൂര,
വീട്ടുപകരണങ്ങൾ, അടുപ്പുകല്ല്
സ്വന്തം ഉടലിലേക്കെടുത്തും,
ഉഴിഞ്ഞിട്ട വഴക്കമായ്
അടുക്കളമുതലച്ഛന്റെ കിടപ്പറവരെ
വ്യാപിച്ചുകിടന്നാ ജീവിതം
എത്ര സംതൃപ്തമാണ്!
(അതോ, ദുസ്സഹമോ?)

എങ്കിലും, അവസാനം
പുത്രനേകുവാനുണ്ടായിരുന്നത്
നക്ഷത്രങ്ങൾ മാത്രമായിരുന്നല്ലോ!

തുരുമ്പിച്ച
കാലഹരണപ്പെട്ട
സ്വപ്നത്തുട്ടുകൾ!

1985.

ആരാച്ചാർ

തൂക്കുമരമേറാൻ വിധിക്കപ്പെട്ട
അയാളുടെ കലണ്ടർപേജിൽ
ഇതാ,
നക്ഷത്രക്കാൽ പതിഞ്ഞ
ഒരിടം.

ഹൃദയത്തിനും ആകാശത്തിനും നടുവിൽ
വെളുത്ത തൂവൽ പറത്തിക്കളിക്കുന്ന
ഒരു കുട്ടി.

ഇരുൾച്ചിരിമിഴിവ്.

ഇന്നയാൾക്ക്
ആരാച്ചാരാവാൻ
നിയമനം ലഭിച്ചിരിക്കുന്നു.

ഒരു നിലവിളിപോലും
കുമിളിക്കാതെ
അമ്മയുടെ മരണം
ജനനമാത്രയിൽ.

കുലംമുടിയാൻ
വര ശിരസ്സിൽ.

വിക്കിൽ വഴുക്കി
വാക്ക്.

വിശ്വാസമരം മുറിച്ച്
ദൈവത്തിന് പട്ടട.

അക്ഷരത്തീത്തരി
ജീവിതച്ചൂട്ടിൽ തിരുമ്മി
സ്വയം എരിഞ്ഞടങ്ങൽ.

മരുകാലത്തിന്റെ
മണൽഖാണ്ഡങ്ങളിൽ
വരച്ചും മാച്ചും അങ്ങനെ....

പാപത്തറ തീണ്ടിയ
പാവം പെണ്ണിന്
ദയാവധം കൊടുത്ത് ഇങ്ങനെ....

ഒരു ആരാച്ചാരാകാനുള്ള യോഗ്യത
നേരത്തെ അയാൾ നേടിയിരുന്നു;
ഇന്നതിനുള്ള അംഗീകാരവും.

ഇനി
അയാൾക്കും മരണത്തിനും
ഒരു കല്പനയുടെ അകലം!

ഇര തന്നെ
വേട്ടക്കാരൻ.

അയാൾ
ആരാച്ചാരാകുന്നു;
സ്വന്തം ആരാച്ചാർ.

1983.

വിട

കർക്കടകം
ആകാശത്തിനോട്,
ധാതു
മണ്ണിനോട്,
രുചി
രസനയോട്.

മൗനത്തിന്റെ പക്ഷിസങ്കേതം വിട്ട്
വാക്ക്.
കവിയുടെ കാൽപ്പാടുകളുപേക്ഷിച്ച്
പുഴ.
പിഴച്ച ചുവടുവയ്പുകളിലെ
അപകടധൂളികൾ മണത്ത്
വഴിക്കീറ്.

2.

വേനൽ കുടിച്ചുമരിച്ച വൃക്ഷം.
പോരാട്ടങ്ങളുടെ സൂര്യമുനകൾ
കണ്ണിൽ തറഞ്ഞ കാഴ്ചവഴികൾ.
സമയജലസമാധി.
ഇരുളാഴം
അകംപുറം.

3.

സ്വയം ഇരയാകാൻ
നിയോഗം ലഭിച്ചവന്
ഒരിറ്റ് കണ്ണീരോ
ഒരു കഴഞ്ചു നൽമൊഴിയോ
ഒരു തൊട്ടുച്ചുംബനമോ
നൽകാനില്ല.

വിട
ഞങ്ങണങ്ങിയ ജീവിതത്തിന്
മനസ്സിൽ മറന്നുവച്ച പ്രണയത്തിന്
കവിതയിൽ വിവസ്ത്രയാകുന്ന
വാക്കിന്റെ ഭോഗതൃഷ്ണയ്ക്ക്.

4.

മാതാവിന്
പിള്ളതീനിത്തള്ളയെന്നപഖ്യാതി.
പിതാവിന്
പ്രതികാര ദുഃഖത്തിന്റെ
ചില്ലുപൊട്ടിയകണ്ണടക്കാഴ്ച.
കൂട്ടുകാരിക്ക്
സംഭോഗപ്പിറ്റേന്നത്തെ
ഒരു ഉറക്കച്ചടവ്.
വേണ്ടപ്പെട്ടവർക്ക്
പൊള്ളയായ പതിവുവർത്തമാനം.
ലോകത്തിന്
മുടിഞ്ഞുപോകാൻ
ഒരു പിരാക്ക്.

5.

ഉടലൊഴിഞ്ഞ്
ഉയിരിറക്കം.

മുതിച്ചൊരുക്ക്.

1984

ആഗ്രഹം

ഭൂമി
എത്ര ആഗ്രഹിച്ചാലും
കറങ്ങിക്കൊണ്ടേയിരിക്കും.

പച്ചില പഴുക്കുന്നതും
പഴുത്തില പൊഴിയുന്നതും
മനുഷ്യൻ
സ്വന്തം നിഴൽചവിട്ടി നടക്കുന്നതും
കാലം
ഒരിടത്തും നിൽക്കാത്തതും
ഒന്നും ആഗ്രഹിച്ചിട്ടല്ല.

അതങ്ങനെ സംഭവിക്കുന്നു.

സ്നേഹം, വിശ്വാസം, യുദ്ധം,
അത്യാഹിതങ്ങൾ എല്ലാം.

പുലർച്ചക്കോഴി കൂവുന്നതുകേട്ട്
മഴ പെയ്യുന്നത് കണ്ട്
പൂവിരിയുന്നതറിഞ്ഞ്
അലസോരപ്പെടുന്നതാര്?

അരസികന്മാർക്ക്
സംഗീതത്തേയും കവിതയേയും
പഴിപറയാം;

നിനക്ക് എന്നേയും.

ആഗ്രഹിക്കുന്നതൊന്നുമല്ലല്ലോ
ജീവിതം നൽകുന്നത്.
എങ്കിലും
ആഗ്രഹിച്ചുപോകുന്നു.
തോണിയാത്രയിലെ മറുകരയാണ്
ഓരോ ആഗ്രഹവും.

സമയത്തിന്റെ നേർത്തജലപാത
മുറിഞ്ഞുപോകുമോ
എന്നൊരു പേടിമാത്രം;
മറിച്ച് ആഗ്രഹിക്കാം.

അത്ര ഉദാരമല്ല ഒന്നും;
ജീവിതവും.

2002

ഇടവഴിയിലെ യാത്രക്കാരൻ

ഒരിടവഴി
എപ്പോഴും എനിക്കായി
തുറക്കപ്പെടാറുണ്ട്.

മെയിൻറോഡുണ്ടായിരുന്നിട്ടും
സ്കൂളിൽ പോയിരുന്നത്
ഇടവഴിയിലൂടെയായിരുന്നു.

കോളേജുകളിൽ പോയിരുന്നപ്പോഴും
ഇടവഴികളെ അരികുചേർത്തു.

പിന്നീടുള്ള സഞ്ചാരങ്ങളെല്ലാം
ഇടവഴികളിലൂടെ തന്നെയായി.

വാടക വീടുകളിൽ
മാറിമാറി താമസിക്കുമ്പോഴും
ഓഫീസുകളിലേയ്ക്കുള്ള യാത്രകൾക്ക്
ഓരോ ഇടവഴികൾ ഉണ്ടാകും.

ഇപ്പോൾ സ്വന്തമായുള്ള വീട്ടിൽ നിന്നും
ബസ്സ്റ്റാൻഡിൽ എത്തിച്ചേരാനും
ഒരിടവഴിയുണ്ട്.

ഇടവഴികളെന്നെ
ആകാശക്കൂടാരത്തിലേയ്ക്ക്

ഒളിച്ച കടത്തുകയും,
ഭൂമിപാതാളത്തേക്ക്
കടൽ കടത്തി വിടുകയും,
കാറ്റിലും പച്ചപ്പിലും
വെയിൽമഴയുടെ
പ്രണയം കൊള്ളിക്കുകയും,
അടഞ്ഞവീടുകളിലെ
വെളിച്ചത്തിന്റെ ചോർച്ചകളിലേയ്ക്ക്
കൊത്തിയിടുകയും ചെയ്യുന്നു.

മുന്നിലോ പിന്നിലോ
ഒറ്റക്കോ പറ്റക്കോ
വരുന്നവരെ കാണുമ്പോൾ
ഒതുങ്ങിക്കൊടുക്കുകയോ
ഒഴിഞ്ഞുനടക്കുകയോ ചെയ്യാറുണ്ട്.

പരിചിതകർക്ക്
ഒരു ചിരി
ഒറ്റവാക്കിലൊരു കുശലം
തരപ്പെടുത്തും.

ചില ഭീതികൾ
പൊത്തുകളിലുണ്ടെങ്കിലും
ചില ഒച്ചകളിൽ
കാതിടറാറുണ്ടെങ്കിലും
ചില വഴുക്കലുകൾ
നെഞ്ചിടിപ്പേറ്റാറുണ്ടെങ്കിലും
ഇടവഴികളിലെ യാത്ര
ഒരു ശീലമായിക്കഴിഞ്ഞിരിക്കുന്നു.

അങ്ങനെയാണ്
പൊതുവഴികളിൽ
ഞാൻ കാണാതാവുന്നത്.

2013

ജാ(വ്യ)ഗ്രത

'ജാഗ്രത'
എന്ന ബോർഡ് വായിച്ച്
മുന്നോട്ട് നീങ്ങുമ്പോഴാണ്
ട്രാഫിക്ബ്ളോക്കിൽപ്പെട്ട് വണ്ടി നിന്നത്.

രാവിലെ
പഴക്കടയിൽ
പലതരം പഴങ്ങൾ
തുടച്ചുമിനുക്കി
തട്ടുകളിലടുക്കിവയ്ക്കുന്ന
കച്ചവടക്കാരന്റെ കണിശത
കണ്ടവാറെ അകം തുളുമ്പി:
"എന്തൊരു ആന്തരികജാഗ്രത!"

ഒന്നുകൂടി തുളുമ്പി:
"എല്ലാം വിൽക്കും വരെ."

തൊട്ടു മുന്നിലൂടെ
സ്കൂൾ ബസിൽ കയറ്റിവിടാൻ
കരുതലോടെ മകളെ നടത്തിക്കുന്ന
അച്ഛന്റെ സന്തുഷ്ടമുഖം.
അപ്പോഴും അകം തുളുമ്പി:
"എന്തൊരു ആന്തരികജാഗ്രത"

ഒന്നുകൂടി തുളുമ്പി: '
'എല്ലാം വിവാഹം വരെ."

വൈകുന്നേരം
വീടെത്തിയ പാടെ,
വരുംവഴി വാങ്ങിച്ച പഴം,
പച്ചക്കറികിറ്റ് തുറന്ന്,
പളപളപ്പൻ ഒരാപ്പിളെടുത്ത്
തിന്നാനൊരുങ്ങവെ,
ഭാര്യ കുടഞ്ഞിട്ട ശൃംഗാരം:
"എന്തൊരു വ്യഗ്രത!"

"വാങ്ങുന്നവന്റെ ആന്തരികവ്യഗ്രത!"
എന്ന ഞാനും ചവച്ചിട്ടു.

പാതി കേട്ടും കേൾക്കാതെയും
ഒരാപ്പിൾ മകളും കയ്യിലെടുത്തു;
ജാഗ്രതയോ വ്യഗ്രതയോ കൂടാതെ.

2013

അനുധാവനം

എന്റെ പൂത്തുമ്പിക്ക്
സ്വപ്നത്തിന്റേതു പോലെ
വർണ്ണച്ചിറകുകളില്ല:
വാത്സല്യംമുരടിച്ച കുഞ്ഞിന്റെ
തേമ്പിയകാലുകൾ മാത്രം.

കൃഷ്ണമണിക്ക്
ജ്വാലാമുഖിയുടെ തനിമയില്ല:
മുറിവേറ്റ കാലത്തിന്റെ
മേഘലക്കുറു മാത്രം.
കരളിന്
തേൻകോശത്തിന്റെ ഇനിമയില്ല:
അനുഭവദുഃഖത്തിന്റെ
വിഷച്ചവർപ്പു മാത്രം.

നടപ്പാതയിൽ
പ്രത്യാശയുടെ പ്രകാശരേഖയില്ല:
കുരുടന്റെ കാഴ്ചക്കറുപ്പു മാത്രം.

വിരുന്നിന്
വിഭവങ്ങളില്ല;
ചീന്തിയെറിയപ്പെട്ട
ഹൃദയാവശിഷ്ടങ്ങൾ മാത്രം.
എന്നിട്ടും,
എന്നെ തന്നെ പിൻതുടരുകയാണല്ലോ
ആ പക്ഷി!

1984

ഭയം

അകം പുറം
പുതഞ്ഞ് പുതച്ച്
ഒരു ഭയം.

ഉയരം പോകുന്തോറും
താഴേക്ക് വീഴുമോ?
ആഴം അറിയുന്തോറും
അളവ് കുറയുമോ?
ഉണരാതിരിക്കുമോ
ഉറക്കത്തിൽ നിന്നും?
വരാതിരിക്കുമോ
നാളെത്തെ പത്രം?
യാത്രയ്ക്ക് തീവണ്ടി?
മുറ്റത്ത് മൂവന്തി?

അകം പുറം
പുതഞ്ഞ് പുതച്ച്
ഒരു ഭയം.

ദേശത്തിനുമേൽ
ഭയം വിന്യസിച്ച്
കാറ്റ് വിതച്ച്
കൊടുങ്കാറ്റ് കൊയ്യുന്ന
ഭരണകൂടഭീകരത.

ഭയത്തിന്റെ വിസർജ്ജനങ്ങളായ്
ദേശത്തെ അശ്ലീലപ്പെടുത്തി
അധിനിവേശം, യുദ്ധം, വിശ്വാസം.

വേട്ട, വകവരുത്തൽ,
വധശിക്ഷ, വംശഹത്യ,
മതിൽ, അതിര്, ആയുധം
ഭയത്തിന്റെ പരകായപ്രവേശങ്ങൾ.

ഇര ഭയക്കേണ്ടത്
വേട്ടക്കാരനെയല്ല
അവന്റെ ഭയത്തെ.

ജയിക്കുന്നവന്
ഭയം സഹയാത്രികനാകും.

ആത്മഹത്യാമുനമ്പിൽ
ഭയം ഒറ്റുകാരനാകും.

ഭയക്കണം ഭയത്തെ
പ്രതിഭയത്തെ.

2011